Welcome to the magical world of Go Boo Boo
where learning Chinese is FUN!

Your children will be singing and laughing
their way to Mandarin Chinese fluency in no
time at all with Boo Boo and his friends.

Boo Boo's Chinese Grooves for Toddlers Volume 1

Songs and Sing Along Book Published by A Little Dynasty Productions, LLC
9844 Research Drive, Irvine, California 92618
United States of America
www.gobooboo.com   www.alittledynasty.com
Songs written by A. Liu and C. Liu, artwork by C. Liu

ISBN: 978-1-939208-01-9

Printed in Taiwan, ROC

CD Tracks

Song • Karaoke

Lyrics Page

Nǐ Hǎo My Friend · 你好我的朋友
Nǐ Hǎo Wǒ De Péng Yǒu

每 天 見 面 時 候 說 你 好
měi tiān jiàn miàn shí hòu shuō nǐ hǎo

Say Hello Every Day When Meeting

每 天 上 學 時 候 說 你 好
měi tiān shàng xué shí hòu shuō nǐ hǎo

Say Hello Every Day at School

看 見 老 師 說 你 好 看 見 朋 友 說 你 好
kàn jiàn lǎo shī shuō nǐ hǎo kàn jiàn péng yǒu shuō nǐ hǎo

Say Hello When You See Your Teacher and Your Friends

說 你 好 大 家 都 笑 說 你 好 要 有 禮 貌
shuō nǐ hǎo dà jiā dōu xiào shuō nǐ hǎo yào yǒu lǐ mào

Saying Hello Makes Everyone Smile and is Polite

我 的 朋 友 你 好 你 好 我 好 大 家 好
wǒ de péng yǒu nǐ hǎo nǐ hǎo wǒ hǎo dà jiā hǎo

Hello My Friend, I'm Well, Hello Everyone

我 的 朋 友 你 好 我 們 一 起 說 你 好
wǒ de péng yǒu nǐ hǎo wǒ men yì qǐ shuō nǐ hǎo

Hello My Friend, Let's Say Hello Together

2

Where's My Friend?
我的朋友在那裡？

Where's My Friend? · 我 的 朋 友 在 哪 裡 ?
Wǒ De Péng Yǒu Zài Nǎ Lǐ

一 二 三 四 五 六 七
yī èr sān sì wǔ liù qī

One, Two, Three, Four, Five, Six, Seven

我 的 朋 友 在 哪 裡
wǒ de péng yǒu zài na lǐ

Where is My Friend

在 這 裡 在 這 裡
zài zhè lǐ zài zhè lǐ

Over Here, Over Here

我 的 朋 友 在 這 裡
wǒ de péng yǒu zài zhè lǐ

My Friend is Over Here

3

I Want Snacks
我 要 點 心

I Want Snacks · 我要點心
Wǒ Yào Diǎn Xīn

我 要 點 心 我 要 點 心
wǒ yào diǎn xīn wǒ yào diǎn xīn

I Want Snacks, I Want Snacks

請 給 我 請 給 我
qǐng gěi wǒ qǐng gěi wǒ

Please Give it to Me, Please Give it to Me

今 天 我 要 餅 乾 餅 乾 餅 乾 好 吃
jīn tiān wǒ yào bǐng gān bǐng gān bǐng gān hǎo chī

Today I Want Cookies, Cookies Taste Good

真 好 吃 真 好 吃
zhēn hǎo chī zhēn hǎo chī

Tastes so Good, Tastes so Good

Hand Washing · 洗手歌
Xǐ Shǒu Gē

吃東西前要洗洗手
chī dōng xī qián yào xǐ xǐ shǒu

Before You Eat, Wash Your Hands

把細菌呀都趕走
bǎ xì jūn ya dōu gǎn zǒu

Chase Away All the Germs

肥皂抹一抹把手沖一沖
féi zào mǒ yì mǒ bǎ shǒu chōng yì chōng

Lather and Rinse Your Hands

我們一起來洗手
wǒ men yì qǐ lái xǐ shǒu

Let's Go Wash Our Hands Together

Blowing Bubbles · 我 愛 吹 泡 泡
Wǒ Ài Chuī Pào Pào

大 家 來 吹 泡 泡 吹 泡 泡 真 好 玩
dà jiā lái chuī pào pào chuī pào pào zhēn hǎo wán

Everyone Come and Blow Bubbles, Blowing Bubbles is So Fun

大 泡 泡 小 泡 泡 我 最 愛 吹 泡 泡
dà pào pào xiǎo pào pào wǒ zuì ài chuī pào pào

Big Bubbles, Small Bubbles, I Love Blowing Bubbles

泡 泡 泡 泡 泡 泡 泡 泡 一 二 三 四 五
pào pào pào pào pào pào pào pào yī èr sān sì wǔ

Bubble Bubble Bubble Bubble, One Two Three Four Five

泡 泡 泡 泡 泡 泡 泡 泡 六 七 八 九 十
pào pào pào pào pào pào pào pào liù qī bā jiǔ shí

Bubble Bubble Bubble Bubble, Six Seven Eight Nine Ten

泡 泡 泡 泡 泡 泡 泡 泡 一 起 吹 泡 泡
pào pào pào pào pào pào pào pào yì qǐ chuī pào pào

Bubble Bubble Bubble Bubble, Let's Blow Bubbles Together

泡 泡 泡 泡 泡 泡 泡 泡 吹 個 大 泡 泡
pào pào pào pào pào pào pào pào chuī ge dà pào pào

Bubble Bubble Bubble, Blow a Big Bubble

Where's Boo Boo? · Boo Boo 在哪裡?
Zài Nǎ Lǐ

Boo Boo 在 哪 裡 Boo Boo 在 哪 裡
       zài nǎ lǐ   zài nǎ lǐ

Where is Boo Boo, Where is Boo Boo

我 們 一 起 找 看 他 在 哪 裡
wǒ men yì qǐ zhǎo kàn tā zài nǎ lǐ

Let's Look for Him Together

這 邊 找 一 找 那 邊 找 一 找
zhè biān zhǎo yì zhǎo nà biān zhǎo yì zhǎo

Look Around Here, Look Around There

原 來 Boo Boo 他 躲 在 廁 所 裡
yuán lái   tā duǒ zài cè suǒ lǐ

Turns Out Boo Boo is Hiding in the Bathroom

原 來 Boo Boo 他 已 經 睡 著 了
yuán lái   tā yǐ jīng shuì zháo le

Turns Out Boo Boo is Already Asleep

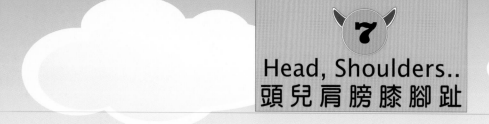

Head, Shoulders, ... · 頭 兒 肩 膀 膝 腳 趾
Tóu Ér Jiān Bǎng Xī Jiǎo Zhǐ

頭 兒 肩 膀 膝 腳 趾
tóu ér jiān bǎng xī jiǎo zhǐ

Head, Shoulders, Knees, and Toes

膝 腳 趾 膝 腳 趾
xī jiǎo zhǐ xī jiǎo zhǐ

Knees and Toes, Knees and Toes

頭 兒 肩 膀 膝 腳 趾
tóu ér jiān bǎng xī jiǎo zhǐ

Head, Shoulders, Knees, and Toes

膝 腳 趾 膝 腳 趾
xī jiǎo zhǐ xī jiǎo zhǐ

Knees and Toes, Knees and Toes

眼 兒 鼻 和 口
yǎn ér bí hé kǒu

Eyes, Ears, Nose, and Mouth

Here We are Together · 當我們同在一起
Dāng Wǒ Mén Tóng Zài Yì Qǐ

當 我 們 同 在 一 起 在 一 起 在 一 起
dāng wǒ men tóng zài yì qǐ zài yì qǐ zài yì qǐ

Here We are Together, Together, Together

快 樂 在 一 起
kuài lè zài yì qǐ

Happy Together

你 對 著 我 笑 嘻 嘻
nǐ duì zhe wǒ xiào xī xī

You Smile Towards Me

我 對 著 你 笑 哈 哈
wǒ duì zhe nǐ xiào hā hā

I Smile Towards You

當 我 們 同 在 一 起 快 樂 在 一 起
dāng wǒ men tóng zài yì qǐ kuài lè zài yì qǐ

Here We are Together, Happy Together

If You're Happy · 如 果 你 高 興
Rú Guǒ Nǐ Gāo Xìng

如 果 你 很 高 興 你 就 拍 拍 手
rú guǒ nǐ hěn gāo xìng nǐ jiù pāi pāi shǒu

If You're Happy Then You Clap Your Hands

如 果 你 很 高 興 你 就 拍 拍 手
rú guǒ nǐ hěn gāo xìng nǐ jiù pāi pāi shǒu

If You're Happy Then You Clap Your Hands

大 家 一 起 唱 呀 大 家 一 起 跳 呀
dà jiā yì qǐ chàng ya dà jiā yì qǐ tiào ya

Everyone Sing Together, Everyone Dance Together

你 很 高 興 你 就 拍 拍 手
nǐ hěn gāo xìng nǐ jiù pāi pāi shǒu

You are Happy So You Clap Your Hands

18

學中文

A Little Dynasty · 小 時 代
Xiǎo Shí Dài

小 時 代 真 好 玩 我 們 一 起 學 中 文
xiǎo shí dài zhēn hǎo wán wǒ men yì qǐ xué zhōng wén

A Little Dynasty is Really Fun, Let's Learn Chinese Together!

每 一 天 有 禮 貌 身 體 健 康 精 神 好
měi yì tiān yǒu lǐ mào shēn tǐ jiàn kāng jīng shén hǎo

Every Day, be Polite, Healthy, and Energetic!

一 二 三 四 五 六 七 紅 橙 黃 綠 藍 靛 紫
yī èr sān sì wǔ liù qī hóng chéng huáng lǜ lán diàn zǐ

1234567 Red, Orange, Yellow, Green, Blue, Violet, Purple

小 時 代 學 中 文 唱 歌 跳 舞 真 快 樂
xiǎo shí dài xué zhōng wén chàng gē tiào wǔ zhēn kuài lè

Learning Chinese, Singing and Dancing is Fun at A Little Dynasty!

Parachute Colors · 彩色降落傘
Cǎi Sè Jiàng Luò Sǎn

紅色的黃色的降落傘
hóng sè de huáng sè de jiàng luò sǎn

Red and Yellow Colored Parachute

我們大家一起玩
wǒ men dà jiā yì qǐ wán

Let's All Play Together

藍色的綠色的降落傘
lán sè de lǜ sè de jiàng luò sǎn

Blue and Green Colored Parachute

姐姐和弟弟一起玩
jiě jie hé dì di yì qǐ wán

Big Sister and Little Brother Play Together

降落傘有很多顏色
jiàng luò sǎn yǒu hěn duō yán sè

The Parachute has Lots of Colors

我最喜歡橘紅色
wǒ zuì xǐ huān jú hóng sè

My Favorite Color is Orange

Goodbye My Friend · 再見我的朋友
Zài Jiàn Wǒ De Péng Yǒu

揮 一 揮 手 再 見 我 的 朋 友
huī yì huī shǒu zài jiàn wǒ de péng yǒu

Waving to You, Goodbye My Friend

今 天 我 們 快 快 樂 樂 的 上 學
jīn tiān wǒ men kuài kuài lè lè de shàng xué

We were Happy at School Today

親 愛 的 好 朋 友
qīn ài de hǎo péng yǒu

My Dear Friend

捨 不 得 和 你 說 再 見
shě bù dé hé nǐ shuō zài jiàn

I'm Reluctant to Say Goodbye to You

等 待 下 次 見 面
děng dài xià cì jiàn miàn

I'll See You Next Time

開 開 心 心 說 再 見
kāi kāi xīn xīn shuō zài jiàn

So I'll Say Goodbye Happily